என்னவள்

என்னவள்

நவீன் பிரசாந்த்

Copyright © Naveenprasanth
All Rights Reserved.

This book has been published with all efforts taken to make the material error-free after the consent of the author. However, the author and the publisher do not assume and hereby disclaim any liability to any party for any loss, damage, or disruption caused by errors or omissions, whether such errors or omissions result from negligence, accident, or any other cause.

While every effort has been made to avoid any mistake or omission, this publication is being sold on the condition and understanding that neither the author nor the publishers or printers would be liable in any manner to any person by reason of any mistake or omission in this publication or for any action taken or omitted to be taken or advice rendered or accepted on the basis of this work. For any defect in printing or binding the publishers will be liable only to replace the defective copy by another copy of this work then available.

பொருளடக்கம்

அத்தியாயம் 1

நான் தான் என் குடும்பத்தில்
முதல் பட்டதாரி என்று
பெருமையாக நினைத்து கொண்டிருந்தேன். தேர்வுக் களத்தை
பார்க்காமலையே முதல் பட்டதாரி என்று பட்டம் வாங்கினார் என்
அப்பா!!!
நான் படித்துப் படித்து அறிவை
செதுக்கினேன் பல காலங்களாக...
அனுபவத்திலே எல்லவற்றையும் கற்றுக்கொண்டு தன் மகனுக்கு
மகளுக்கும் அனுபவ அறிவை ஊட்டுவது அப்பாக்களுக்கு மட்டும்
தான் பொருந்தும்...

அத்தியாயம் 2

நாற்காலியில் திமிராக அமர்ந்து
வீரமாக மீசையை முருக்கிக் கொண்டு
பல சோகங்களை உள்ளே அடக்கி விட்டு
தன் மகனை பார்த்து
மன ஆனந்தம் அடைவார்
என் அப்பா !!!

அத்தியாயம்3

தன் மகனுக்காக ஏங்கிக் கொண்டிருக்கும் அப்பா
அவரை பற்றி சிந்திப்பதிலை...
தனக்கு ஒன்று என்றால் முதலில் ஓடி வருவது உன்னுடைய
பெற்றோர் மட்டுமே...
அவர்களின் அன்புக்கு ஈடானது
எதுவும் இல்லை
இவ்வுலகில்...

அத்தியாயம் 4

• 4 •

தந்தை கையில் பணத்தை வாங்கி
செலவு செய்தால் வரும் சுகம் ஒவ்வொரு
மகனுக்கும் தெரியும்...
தன் மகனிடம் பணம் வாங்கி செலவு செய்தால் வரும் சுகம்
அனைத்து பெற்றோர்களுக்கும் கிடைப்பதில்லை...

அத்தியாயம் 5

சில விசயங்கள் மாறாமல் இருந்தால்
இன்று ஒவ்வொருவரின்
பெற்றோர்களும்
பணக்காரன் தான் விவசாயாக.

அத்தியாயம்6

அப்பா விதைத்த விதைகளில்
நானும் ஓர் விதை,
நான் கடைசி காலத்தில் பார்ப்பேன்
என்ற விதை மனதில் மலர்ந்தது,
விதை மலர்வதலின் சிக்கல் விதைக்கு
மட்டுமே தெரியும்,
பல சிக்கல்களை
உடைத்துக்கொண்டு புதிய பயிராக
வருவது உன் கையில் உள்ளது,
உன் அப்பாவின் கை பக்குவம்
உன்னிடம் காண்பர் பலர்.

அத்தியாயம் 7

தங்கையின் மிக பெரிய கவசம்
அண்ணன்..
அவள் என்று சிரிதாக
நினைக்காதே...
ஒரு தனி ஆணின் பின்னால்
ஒரு பெண் இருப்பால்...
காதலியாக மட்டும் அல்ல
ஒரு நண்பனாக, தங்கையாக
அம்மாவாக இருப்பார்கள்...
பெண் ஒரு அழகான ஓவியம்.
அதை குறை சொல்வது
முட்டாள் தனம்.
திமிரான ஆணை விட,
பாசமான ஆணை தான்
விரும்புவார்கள்.
கோவம் வந்தால் பிடித்தவர்களிடம்,
காட்டுவதே பெண்ணின் குணம்,
அதுவே ஒவ்வொரு ஆணின் ஏக்கம்...

அத்தியாயம்8

சேட்டைகள் செய்வாள்
அடம் பிடிப்பாள்
பாசம் வைப்பாள்
அம்மாவின் அடையாளமாக இருப்பாள்
தங்கை தங்கமாக ஜொளிப்பாள்
பொறாமைப்படும் அளவிற்குப்பாசம் வைப்பாள்...
வற்றாத நதிப்போல் அண்ணா என்பாள்
ரகசியத்தை ரகசியமாக பகிர்வாள்
அண்ணா என்று பட்டம் கொடுத்தால்
விட்டுக்கொடுப்பாள்... ஆனால்
விட்டுப் போகமாட்டாள்...
சொல்லின் அடங்கா அவள்.

அத்தியாயம்9

அவள் எங்கு இருந்தாலும்
என்ன செய்தாலும்
எனக்கு பிடித்தவள் அவள்...
நான் நேசித்த ஓர்
இதயம் அவள்
அவள் இல்லாத உலகில்
எனக்கு என்ன பயன்
அசையாமல் இருப்பவள் இன்று
ஏனோ அசைந்துவிட்டால்
மனமோ வாடியது
உன் ஞாபகங்கள் உருவமாக மாறி நினைவாக தோன்றியது
என்றும் என் மனம் உன்னை சுற்றி
சுற்றி வருகிறது
இன்று உன்னை முற்றிலும் இழந்தேனோ இல்லையோ
அருகில் இல்லாமல்

அத்தியாயம்10

இரசிப்பதற்கு ஆயிரம் இருந்தாலும்
அவளை இரசித்த என் கண்கள்
வேறு யாரையும் இரசிக்கவில்லை

அத்தியாயம்11

தனியாக பயணிக்க விரும்பினேன்
நீ ஏற்கவில்லை
உன் பார்வையில் நான் வேண்டாம்
உன்னை பொய்யாக நேசிக்க மனம் ஏற்கவில்லை...
என் உயிர் உள்ளவரை என்னுள் நீ இருப்பாய்...
உண்மையான அன்புக்கு கிடைத்த ஒரு வரம் கண்ணீர்த் துளி-
கள்...
தூக்கம் என்னை துரத்த... கனவில் இல்லாத நீ....
தூக்கமில்லா நான்
கல்லறையானேன்...

அத்தியாயம்12

• 12 •

அழகின்

கவிதை அவள்...

சிரிப்பின்

மௌனம் அவள்...

நடையின்

சிகரம் அவள்...

அழுகையின்

பேரழகி அவள்...

கண்களின்

அரசி அவள்...

கோவத்தின்

எதிர்காலம் அவள்...

புருவத்தை வைத்து

மிரட்டிய அவள்...

என் நினைவுகளின்

நீங்கா அவள்...

என் மனதில் என்றும்

வசிப்பவள் அவள்...மட்டுமே!!!

அத்தியாயம்13

ஆயிரம் பேர் இருந்தாலும்
மனமோ உன்னை தேடுகிறது,
வாழ்வை தனியாக நடத்த
நான் ஏற்றுக்கொள்ள வேண்டும்
ஏனோ தைரியம் இல்லை
சில நேரம் அழுதாலும்
வாழ்க்கையை சொர்க்கமாக மாற்றினால்
என் அவள் !!!

அத்தியாயம்14

என்னுடைய நிம்மதியும்
அவளே...
தைரியமும்
அவளே...
சிரிப்பும்
அவளே...
சொர்க்கமும்
அவளே...
என்னை வாழ வைத்தவளும்
அவளே...
என் மதிப்பை காட்டியவளும்
அவளே...
என்னை மதித்ததும்
அவளே...
என்னை கரம் பிடித்தவளும்
அவளே...
என் அவள் என்றும்
என்னவளே...

அத்தியாயம் 15

வெறுத்தால் விலகி விடு
பாசம் காட்ட ஏங்காதே...
உன்னை முற்றிலும்
வெறுத்திருப்பாள்...

அத்தியாயம்16

நான் வீழ்ந்த போதெல்லாம்
ஒரு கை தூக்கி விட்டது..
தைரியம் சொல்லிச் சொல்லி
என்னை திமிராக்கினாள்...
வற்றிய வயிறுடன் இருந்த நான்
வற்றா வயிறாக்கினாள்...
பாசத்திற்கு ஏங்கிய என்னை
பாசத்தால் முழுக்கிவிட்டாள்...
நான் காயம் அடைந்த போதெல்லாம்
மருந்துக் காற்றாக வீசினாள்...என்மேல்!!!
கண்ணீர் விட்டாலும் தோளில் அணைத்துக் கொண்டு பாசம்
பொழிவாள்...
விட்டுக் கொடுத்தாலும்
விட்டுப் போகமாட்டாள்
என் தேவதை!!!...

அத்தியாயம் 17

பிடிக்காத பாதையும்
பிடிக்காத வாழ்க்கையும்
பிடித்த படிப்பும்
பிடிக்காத வேலையும்
கேளடி வருகிறேன் உதறிவிட்டு...

அத்தியாயம் 18

சில நேரங்களில் வரும் சந்தேகம்
என் இதயத்தில்...
என்றும் உன் நினைவுகளில்
நான் மிதப்பேன்..
என்னவளே!!!

அத்தியாயம்19

தூங்கித் தூங்கிப் படித்தேன்...
தூங்காமல் வேலை செய்தேன்...
விரும்பிப்படித்தேன்...
அதற்கான வேலை என்னவோ எட்ட வில்லை...
கிடைத்த வேலையை செய்தேன்
பிடிக்காமலும், பிடித்துப் போனது...
இரத்தம் சிந்தி வேலை செய்தேன்...
நல்ல பெயர் வாங்க சதி வந்தது...
நற்பெயர் வாங்க பலர் இருக்க...
கெடுபோர் ஆயிரமாக இருப்பர்...
சலித்துக் கொண்டு வேலை செய்தாலும்
சலிக்காமல்.... சலிக்க வைப்பார்கள்...

அத்தியாயம்20

கண்களை மூட
கனவுகள் வரவே...
நினைத்துக்கொண்டே இருந்தேன்
தூக்கம் வந்தது...
உருவம் கண்டு பழகவில்லை
உயிராக பிசைந்தால்...
பேச்சைக்கேட்டு பழகவில்லை
பேசிக்கொண்டே இருந்தால்....
வெறுப்பில்லா பாசத்தை
இரத்த பாசமாகினாள்...

அத்தியாயம்21

அவள் போகும் வழியெல்லாம்
கள்ளும்கரடுமாக இருக்கும்...
பாதை வைத்த இடமெல்லாம்
மெத்தைப்பஞ்ஞுாக மெலிதாகும்...
கண்பட்ட இடமெல்லாம்
செந்தாமரை போல் மலரும்...
உதடுகள் தாளம் போட
வார்த்தைகள் இனிமையாகும்...

அத்தியாயம்22

உன் அன்பிற்காக ஏங்கும் நான்
பாசத்திற்கும்
கோபத்திற்கும் சிலிர்த்தேன்
உன் மிரட்டலுக்காக ஏங்கும் நான்
முரட்டுத் தனமான
தொல்லைகளுக்கு மயங்கினேன்
உன்னுடன் பேச ஏங்கும் நான்
சிறு சிறு அசைவுகளை
பார்த்து மனமோ துள்ளியது...
உன் உரிமைக்காக எங்கும் நான்
இன்று நீயாக நினைத்தேன்...

அத்தியாயம் 23

நான் எழுதிய கவிகள்
உனக்காக காத்திருந்த போது...
உன் விழிகள் பட்டதும்
முத்துக்கள் ஆனது...
உதடுகள் அசைக்க
வார்த்தைகள் இனிமையாக
உருவெடுத்தது...

அத்தியாயம் 24

அவளது வார்த்தையை ரசித்தேன்...

உயிருக்கு உயிராக பாசம் வைத்தால்

சுமை வந்தாலும்... இல்லாமல் நடித்தாள்

கலங்கிய கண்களால் அணைத்துக் கொள்வாள்...

என்னை மயக்கிய இவளது கண்களை கலங்கினால் உயிரற்று கிடப்பேன்..

அவளது ஒவ்வொரு வார்த்தையையும்

மனமுருகி ரசிப்பேன்...

கடினத்தையும் சுலபமாக மாற்றுவாள்...

மனம் உடைந்த போதெல்லாம் ஆறுதல்

கூறுவாள்...

வீழ்ந்த போதெல்லாம் அணைத்துக் கொண்டு நான் இருக்கிறேன் என்பாள்...

உலகத்தை சுற்றி வந்தாலும்..... இவளிடம் இருக்கும் நேரம் எண்ணற்றது...

சிறகு போல்... இருக்கும் இரு கைகளைக் கொண்டு என்னை பிடித்துக் கொள்வாள்...

அவளை பார்த்த நியாபகம் மறக்க முடியாதது...

என்னை திருடனாக்கி இதயத்தை திருட வைத்தால்...

அவளது புன்னகையும் பேச்சும் என்னை கவர்ந்தது...

அவளுடைய அன்பிற்கு நான் அடிமையாகி விட்டேன்...

அவளைப் பார்க்க ஒவ்வொரு நாளும் நெஞ்சம் ஏங்கும்...

அன்பால் செய்யும் ஒவ்வொன்றும் அவளை மகிழ வைத்தது...

வாழ்க்கையில் வழிகள் வந்தாலும் கடந்து வந்தேன் அவளை
பார்க்க...

அவளுக்கு வழிகள் தெரியாமல் இருக்க

நான் பல வழிகளை அனுபவத்தேன்...

என்னை சிலர் தாழ்த்தி பேசினால் கோவமடைந்து என்னை

உயர்த்தி வியர்க்கும் படி பேசுவாள்...

எதை எதையோ எங்கேங்கோ தேடினேன்

தேடாத இடத்தில் ஒற்றை முகமாக வந்தடைந்தாள்...

என்னுள் ஆனந்தம் இசை இசையாக

பொழிந்தது...

கைகள் தாளம் போட கால்கள் தரையில் படவில்லை

மனமோ இறக்கை கட்டி பறந்தது...

அவளின் வீரத்தை நான் யாரிடமும் பார்க்கவில்லை... ஆம்

அவள் அப்படித்தான்... எதற்கும் துணிந்தவள்...

அவளுக்காக கஞ்சத்தனம் அடைந்தேன்

அவளுக்கு அல்ல..

கண்களை சிமிட்டாமல் பார்க்க

அவள் விழிகள் போதும்...

எத்தனை முறை பார்த்தாலும் சலிப்பு தன்மை அற்றவன்....

சலிக்காலம் பார்த்தாலும் அவள் புதிதாக தெரிவாள்..

மேசையில் அமர்ந்து கன்னத்தில் கை வைத்து கண்ணனை

உருட்டி உருட்டி பேசுவாள்...

கண்ணை மூடி கைகளை நீடிக்க கொண்டு பேசினாள்... பாவம்

என் மனம் மயங்கி விடும்...

மனமோ மேலுக்காக உருகிவிடும்...

கையை நீட்டிக்கொண்டு அழைத்தபோது

ஓடோடினாலும் வலிகள்(டிஸ்டன்ஸ்) குறைவதில்லை...

அவளது கூந்தலில் பூ வைத்தால்
தேவதைக்கு நிகராக இருப்பாள்...
அவளோடு பேசினால் வார்த்தைகளை
தேடவேண்டும்...
அவளுடன் இருந்தால் நிமிடங்கள் நீள கடவுளை வேன்டுவேன்...
அவளை ரசித்த கண்கள் சலிக்காமல் பார்க்கிறது... மீண்டும்...
தேடாமல் கிடைத்த அவள் தேடினாலும்
கிடைக்காத என் ஜீவன் அவள்...